സീതാസ

കുഞ്ചൻ നമ്പ്യാർ

Title: Seethaswayamvaram

Author: Kunchan Nambiar

Language: Malayalam

First Published on: 17th Century

Published on: 2024

Book Format: Paperback

Category: Poetry

Subject: Religious, Poetry

No. of pages: 51

*Size: 6inch * 9inch*

ഉള്ളടക്കം

This page is intentionally left Blank.

സീതാസ്വയംവരം

വിശ്വാനന്ദകരാകൃതിയാകിയ
വിശ്വാധീശൻ വീരശിരോമണി
വിശ്വാമിത്രമഹാമുനിയോടും
വിശ്വാസേന ഗമിപ്പാനായി
വില്ലും ശരവുമെടുത്തും കൊണ്ടഥ
തെല്ലും മടി കൂടാതെ മഹാമതി
ചൊല്ലേറീടിന രാമനുമനുജനു-
മുല്ലാസേന പുറപ്പെട്ടുടനെ
ദശരഥനന്ദനനാകിയ രാമൻ
ദശമുഖരാവണകിങ്കരരാകിയ
നിശിചരരെക്കൊലചെയ്‌വാനുള്ളൊരു
വിശിഖം കയ്യിലെടുത്തൊരു സമയെ
ത്രിശിരസ്സും ഖരനും ദൂഷണനും
നിശിചരവരനാം ദശകണ്ഠനുമഥ
ഭൃശതരമാധി മനസ്സിൽ വളർന്നു
വിശദമറിഞ്ഞതുമില്ലവരാരും
ലക്ഷ്മണസഹിതൻ ശ്രീരാമൻ, ശുഭ-
ലക്ഷണസമയേ മുനിയൊടുകൂടെ
തൽക്ഷണമടവിയിലടനം ചെയ്തഥ
താടകയെക്കൊലചെയ്തു തദാനീം
സിദ്ധാശ്രമഭുവി ചെന്നു വസിച്ചുട-
നിദ്ധാടോപം മുനിവരയാഗ-

പ്രദ്ധ്വംസത്തിനു വന്ന നിശാചര
വിദ്ധ്വംസത്തെ ചെയ്തു മഹാമതി
യാഗം രക്ഷിച്ചുടനെ നടന്നഥ
വേഗം ഗംഗ കടന്നു നടന്നു വി-
ദേഹമഹീപതി ജനകൻ തന്നുടെ
ഗേഹസമീപേ ചെന്നു പതുക്കെ
ത്വരിതമഹല്യാമോക്ഷവുമേകി-
പ്പരിചൊടു പഥി പഥി പരമാനന്ദം
പെരിയ സുഖേന രമിച്ചും കൊണ്ടഥ
പുരിയുടെ നികടം തന്നിലണഞ്ഞു.
അഥ ജനകനൃപന്റെ പുരത്തിൽ
പൃഥുകനകഘടങ്ങൾ നിരത്തി
ബഹുജനമവിടത്തിൽ വരുത്തി
ബഹുമതിയൊടു സാകമിരുത്തി
പുനരണിയറ മണിയറ കലവറ
നിലവറ പണിയറ തുണിയറയും;
നിലമൊക്കെയടിച്ചു തളിച്ചു
ചില ശില്പിജനത്തെ വിളിച്ചു
നൃപകല്പനയവരൊടുരച്ചു
നലമേറിന കല്ലു പൊളിച്ചു
പല തറകളുമറകളുമിറകളു-
മുറകളുമതി ബഹു മതിലുകളും;
കൊടിമരമൊരു പന്തി നിറച്ചു
പടികളുമവിടത്തിലുറച്ചു
പൊടിപടലവുമൊക്കെ മറച്ചു

പടുചിലവുകളൊട്ടു കുറച്ചു
പടകടികളുമുടനുടനിടെയിടെ
വടിവിനൊടുടനുടനിടകലരും
മണിമേടകൾ പലവക തീർത്തു
മണികാഞ്ചനമാലകൾ കോർത്തു
പണിതട്ടുകളിട്ടഥ ചേർത്തു
പല കുണ്ടുകുളമ്പൊടു തൂർത്തു
നരവരനുടെ പുരമതു സുരവര-
പുരിയൊടു പരിഭവതരമതുമൂലം
കട്ടിലു കൊട്ടിലു കൊട്ടത്തളവും
തടവുകളടവുകൾ കിണറും കുളവും
കെട്ടുകൾ തട്ടുകൾ പല കൊത്തളവും
ഘനമൊടു വിലസിന കനകത്തളവും
മാടപ്പുരകളുമങ്ങാടികളും
മതിലും ഗോപുരമതിലും വിസ്മയം;
ആട്ടിൻ കുടിലുകളാനപ്പന്തിക-
ളതിരമണീയം കുതിരപ്പന്തികൾ;
അണിതഞ്ചും പല മണിമഞ്ചങ്ങളു-
മണിമതി മുഖികടെ മണിയറ തുണിയറ
മഠങ്ങളും പുനരിടങ്ങളും പുര-
തടങ്ങളും തരുപടങ്ങളും
ബഹുതരമിഹ വിരവൊടു നരവര-
പുരവരമതിലനവധി ജനതതി
മനതളിരിളകിന ഘനതരമനുപമ-
മുത്തരമിത്തരമുത്തമമമുത്തമ-

പത്തനപംക്തികൾ തത്ര തത്ര ചിത്രമെത്രയും ചിരം
ജനകമഹീപതി തന്നുടെ മകളുടെ
ഘനതരകല്യാണോത്സവഘോഷം
കനിവൊടു തത്ര തുടർന്നൊരു സമയേ
മനസി കുതൂഹലമഖിലജനാനാം;
വിപ്ര ക്ഷത്രിയ വൈശ്യന്മാരും
വിവിധതരം ബഹു ശൂദ്രജനങ്ങളു-
മല്ലേതരമഥ നാനാജ്ജാതിക-
ളെപ്പേരും ബത മിഥിലാപുരമതിൽ
വന്നു നിറഞ്ഞു തുടങ്ങി പതുക്കെ
തങ്ങടെ തങ്ങടെ വിഭവത്തോടെ;
ആനകൾ തേരുകളനവധി ജനതതി
മാനികളാമെജമാനന്മാരും
മേനോക്കികളും സേനാപതികളു-
മധിപന്മാരുമമാത്യന്മാരും
മാനിനിമാരും വൃഴലികളും ബഹു-
മാനിക്കേണ്ടും രാജസ്ത്രീകൾ
ആനന്ദിച്ചു കളിച്ചു ചിരിച്ചുട-
നൂനമകന്നു പരന്നു വരുന്നൊരു
മാനുഷഘോഷവിശേഷമതെങ്ങനെ
ഞാനുര ചെയ്തു ധരിപ്പിക്കേണ്ടൂ?
ആനനമായിരമുള്ള ഫണീന്ദ്രൻ
താനുര ചെയ്കിലുമില്ലവസാനം!
അങ്ങാടിത്തെരുവുകളങ്ങാശു കെട്ടിത്തീർത്തു
മങ്ങാതെ കൊങ്ങിണികൾ ചെങ്ങാതിമാരും വന്നൂ

കെട്ടും ചുമടുകളും ഒട്ടും കറ കൂടാതെ
കെട്ടിച്ചുമന്നുവെച്ചു ചെട്ടിപ്പരിഷകൾ കോ-
മട്ടിപ്പരിഷകളും ചെട്ടിച്ചിമാരും കൊച്ചു-
കുട്ടികളേയും ചില ചട്ടി കലങ്ങൾ പല-
വട്ടിയും കുട്ടകളും കുട്ടിക്കവണി തോർത്തും
കട്ടിപ്പുടവ സോമൻ കോട്ടക്കച്ചകൾ പല-
കൂട്ടങ്ങളെന്നുവേണ്ടാ
കുപ്പായക്കൂട്ടങ്ങൾ മണപ്പാടൻ മുണ്ടുവക
തുപ്പട്ടുറുമാൽ ചെത്തിപ്പട്ടും വീരവാളിയും
തൊപ്പി ചകലാസുകൾ കുപ്പി കണ്ണാടികളും
ചെപ്പും ചിമിഴുകൾ കറുപ്പും കരിമ്പടം പു-
തപ്പും കണ്ടാങ്കികൾ വിരിപ്പും കോസടികൾ ചെ-
രിപ്പും പലവിധം പരിപ്പു പയറുഴുന്നും
ഇത്തരമനവധി വാണിഭമവിടെ-
സ്സത്വരമങ്ങു തുടങ്ങി പലേടവു-
മെത്രമനോഹരമരചപുരത്തിൽ
വിചിത്രവിശേഷമഹോ ബഹുഘോഷം,
പട്ടന്മാരുടെ വാണിഭമൊരുവക
പട്ടുകൾ രിട്ടുകൾ തിച്ചളമച്ചടി
തട്ടുകൾ തോറും തെക്കൻ പുടവ-
ക്കെട്ടുകൾ പലതുമഴിച്ചുനിരത്തി
പത്തുപണത്തിനെടുത്തൊരു മുണ്ടിനു
പതിനഞ്ചു പണം വില പറയും ചില-
പുത്തൻ കവണി തരത്തിന്നറുപതു
'പുത്തൻ വിലവയ്ക്കാ'മെന്നൊരുവൻ;

‘പോടാ ഘടുവായപ്പടി നമ്മൊടു-
കൂടാ ഫോ ഫോ’ യെന്നൊരു വിപ്രൻ;
അറുത്തു കെട്ടിപ്പുടവകളൊരുവക-
തെറുത്തു കെട്ടിത്തെരുവുകളിരുപുറ-
മുരുത്തിരുങ്ങിച്ചൊരു ദിശി വിരവൊടു
നിരത്തി വച്ചും മുറിച്ചു വിറ്റും
തരത്തിലർത്ഥം കരസ്ഥമാക്കി-
ച്ചരക്കു വാങ്ങിപ്പരക്കെ വാണിഭ-
ത്തിരക്കു വർദ്ധിച്ചിരിക്കുമനവധി
പരദേശികളുടെ പല പല ഘോഷം
നരനാരികളുടെ വരവും കലശലു-
മൊരുവക കശപിശ പറയുക വാണിഭ-
മെടുക്കയും ചിലർ കൊടുക്കയും ചില-
രുടുക്കയും ചിലർ നടക്കയും ചില-
രാടുകയും ചിലർ പാടുകയും ചില-
രോടുകയും ചിലർ ചാടുകയും ചിലർ
മദിച്ചു വദിച്ചു നദിച്ചു രസിച്ചു
പലവിധമിഹ നലമൊടു നരവര-
പുരമതിലതിശയമിതി ജാതം.

ജനകനരവരനുടയ കനകമണി മന്ദിരേ
ജാനകീ കല്യാണ ഘോഷം മനോഹരം
അരചർ വരുമൊരു വഴികൾ തെരുവുകളുമൊക്കവേ
ആടകൾ കൊണ്ടു വിതാനിച്ചു ഭംഗിയിൽ
മണികനകരജതശതമണിയുമണിപന്തലിൽ

മാലകൾ തൂക്കി വിളക്കുവച്ചാദരാൽ
നിറമുടയ കനകംണി നിറപറകൾ വച്ചുടൻ
നീളവേ ചന്ദനച്ചാറും കളഭവും
കനിവിനൊടു പനിജലവുമതിസുരഭി കുങ്കുമം
കസ്തൂരിയും തളിച്ചേറും പരിമളം
നടനടികളുടെ നടനപടുരവവിലാസവും
നല്ലോരു വേണുവീണാദിനാദങ്ങളും
കിടുപിടികളുടെ ചടുലചടചടരവങ്ങളും
കിങ്കരന്മാരുടെ ഹുംകാരഘോഷവും
കളികൾ നിലവിയ കുളികളാളികൾ ലീലയും
കസ്തൂരി കുംകുമാമോദസംഭാരവും
നരപതികളുടെ വരവുമവിരതമങ്ങനെ
നാലു ദിക്കീന്നും തിരക്കും പരക്കവേ;
കുട തഴകൾ കൊടികൾ ബഹു തുടി പടഹശബ്ദവും
കൊമ്പും കുഴൽവിളി കാളവും താളവും
തകിൽ മുരശു മദ്ദളം തപ്പും തിമിലയും
ചെണ്ടപ്രയോഗങ്ങൾ പാണ്ടിമേളങ്ങളും
ഇത്തരമനവധി കോലാഹലമിഹ
ചത്വരവാടികൾ തോറുമുദാരം;
പത്തരമാറ്റുള്ളാഭരണങ്ങൾ മ-
ഹത്തരമുടലിലണിഞ്ഞു വരുന്നൊരു
പെണ്ണുങ്ങളെയും കൊണ്ടുവരുന്നൊരു
പൊണ്ണന്മാർ ചില കാര്യക്കാരും;
അവ്വണ്ണം പല പട്ടന്മാരുമി-
വണ്ണം വിസ്മയമെങ്ങാനുണ്ടോ!

അച്ചികളൊരുവക മുതുവേശ്യകളും
മച്ചികൾ കിഴവികൾ മക്കളുമൊക്കെ
കാഴ്ചകൾ കാണ്മാൻ വട്ടം കൂട്ടി-
ത്താഴ്ച വരാതെ ചമഞ്ഞു തുടങ്ങി;
കച്ച ഞൊറിഞ്ഞുമുടുത്തും വിരലിൽ
പിച്ചളമോതിരമീയൻ മോതിര-
മിത്തരമോരോ കൊച്ചുകളിട്ടുക-
ഴുത്തിൽ പൊന്മണിതാലികൾ കെട്ടി
കണ്ണിൽ കരിയും തേച്ചുമിനുക്കി-
ക്കണ്ണാടിയെടുത്തായതിൽ നോക്കി
കുറിയും തിലകവുമിട്ടു വെളുത്തൊരു-
കുറിമുണ്ടങ്ങനെ തോളിലുമിട്ടു
വെറ്റില പാക്കും പുകയില നൂറുമി-
വറ്റയതെല്ലാം മടിയിലുമാക്കി;
"കുട്ടേ കുമ്മിണി കുഞ്ഞിപ്പെണ്ണേ!
ഇട്ടിളയച്ചീ! കോതേ! ചിരുതേ!
ചക്കീ! മാധവി! കാളീ ! നീലി
ചക്കച്ചാരുടെ മകളേ! നിങ്ങടെ-
ചന്തം നോക്കി ഞെളിഞ്ഞു ചമഞ്ഞു-
മണിഞ്ഞു കനിഞ്ഞുമലഞ്ഞുമുലഞ്ഞും
കാലം പോയതു കാണുന്നീലേ?
കാഴ്ചകളെല്ലാം കഴിയും മുന്നേ-
വെക്കം ചെന്നൊരു ദിക്കിൽ പറ്റിയി
രിക്കാഞ്ഞാലക്കോയിക്കൽ പല-
തിക്കും വലിയ തിരക്കും പലരുടെ-

മുഷ്ക്കും കലശൽ പെരുക്കുമ്പോളൊരു
ദിക്കു നമുക്കു ലഭിക്കയുമില്ല വ-
സിക്കണമെങ്കിലിതൊക്കെ ധരിപ്പിൻ;
മുഞ്ഞി നരച്ചു വെളുത്തൊരു നല്ലൊരു
പഞ്ഞികണക്കിനെ മുതുകിഴവച്ചാർ
കുഞ്ഞിപ്പെണ്ണിനു കാഴ്ചകൾ കാണ്മാൻ
കൂട്ടിക്കൊണ്ടു തിരിച്ചു തുടങ്ങി;
കഞ്ഞികുടിപ്പാനില്ലെന്നാലും
കണ്ടാൽ വർക്കത്തുള്ളവനെന്നാ-
ലിങ്ങനെ കൊള്ളാമതുമില്ലാഞ്ഞാ-
ലെങ്ങിനെ പെണ്ണിനു തല പൊങ്ങേണ്ടൂ?
നിങ്ങളിതാരും ബോധിച്ചീലേ
സംഗതി" യെന്നൊരു നാരി പറഞ്ഞു.
മറ്റൊരു നാരി പറഞ്ഞാളപ്പോൾ:
"മാക്കോച്ചാരുടെ മകളുടെ കൂടെ
കാക്കരനായരു ചേർച്ച തുടങ്ങി;
പോക്കിരിയവനൊരു ചെണ്ടപിണഞ്ഞു;
പത്തുപണത്തിനു പാതിപ്പുടവയെ-
ടുത്തുകൊടുത്തു പടയ്ക്കും പോയി
പത്താം തീയതി പണമുണ്ടാക്കി-
പ്പട്ടർക്കങ്ങു കൊടുത്തില്ലെങ്കിൽ
പത്തിനു രണ്ടര പലിശപ്പണമെ-
ന്നൊത്തു പറഞ്ഞു പിരിഞ്ഞിതുപോലും!
പത്താം തീയതി പുലരുന്നേരം
പട്ടർ തളത്തിൽ പാടുകിടന്നു;

‘കാക്കരയാനവനെങ്കെപ്പോനാൻ?
കച്ചയെടുത്ത പണത്തെത്താരും;
പണമില്ലാട്ടപ്പണയം താരും;
പട്ടരുകിട്ടേ വാരും പെണ്ണേ!
ഒമ്മെത്താനൊരു പണയം തന്നാ-
ലൊരുകുറി പാത്തതു വാങ്കിക്കൊൾവോം’
ഇങ്ങനെ പട്ടരു പട്ടിണിയിട്ടു
പാടുകിടക്കുന്നെന്നതു കേട്ടു;
കൊച്ചനുജത്തിയൊളിച്ചു പതുക്കെ-
ക്കച്ചയെടുത്തു പുതച്ചും കൊണ്ടു
താച്ചൻ നായരെ മുമ്പിൽ നടത്തി-
ക്കാഴ്ചകൾ കാണ്മാനങ്ങു തിരിച്ചു;
കാഴ്ചപ്പന്തലിലെത്തുമ്പോളൊരു
താഴ്ചവരാനുണ്ടിങ്ങനുജത്തി!
നല്ല വെളുത്തൊരു പുടവയുടുപ്പാ-
നില്ലതുകൊണ്ടു നമുക്കു വിചാരം
മണിയും താലിയുമെന്തിനു നല്ലൊരു-
തുണിയുണ്ടെന്നാലായതുപോരും
കണികാണ്മാനൊരു പണമില്ലാത്തവ-
ളണിവാനോർത്താലെന്തൊരു കാര്യം?
ഉമ്മാൻ വകയില്ലാത്തൊരു തൊമ്മൻ
സമ്മാനിപ്പാനാളായ് വരുമോ?
നമ്മുടെ വീട്ടിൽ പണ്ടൊരു മാതാ-
വമ്മാത്രം മുതൽ തേടീയതെല്ലാം
അമ്മാവിക്കു കൊടുത്തുകൊടുത്തുട-

നമ്മാവൻ താനൊക്കെ മുടിച്ചു;
അമ്മാമക്കളൊരഞ്ചെട്ടുണ്ടവ-
രുമ്മാനല്ലാതൊന്നിനു പോരാ
അമ്മാപാപികൾ രാവും പകലും
ഉമ്മാനിലയും വച്ചു നിരക്കെ
കോലെറയത്തുമടുക്കളയിലുമൊരു
കോലാഹലമേ കേൾപ്പാനുള്ളൂ;
ചോറു വിളമ്പെടി കോതേ! ചിരുതേ!
മോരു വിളമ്പെടി മാധവി! നിങ്ങടെ
വെയ്പെല്ലാം ചിതമയ്യോ! കറികളി-
ലുപ്പും മുളകും ചേർത്തിട്ടില്ലാ;
കയ്പുണ്യം ചിത, മെരിപുളിയെങ്ങനെ
കയ്പുണ്ടാവാൻ സംഗതി വന്നു?
കുട്ടികളിങ്ങനെ പിശകിപ്പിശകി-
ക്കിട്ടിയതൊന്നും മതിയില്ലിനിയും
ചട്ടിയിലുള്ളൊരു ചോറും കറിയും
കൊട്ടി വിളമ്പണമല്ലെന്നാകിൽ
പട്ടികൾ പോലവർ പാഞ്ഞുകരേറി-
ച്ചട്ടികലങ്ങളുടപ്പാനും മതി
മുട്ടി നമുക്കു മനസ്സും പല പല
മുട്ടി കണക്കിനു തിന്നു തടിച്ചൊരു
കൂട്ടക്കാരുടെ മൂലം നമ്മുടെ
വീട്ടിലിരുന്നു പൊറുപ്പാൻ മേലാ;
ചേട്ടക്കാർക്കരി വെച്ചു വിളമ്പി-
ചേട്ടത്തിക്കുമെനിക്കും ഭാരം;

കോട്ടമൊരിക്കൽ കഞ്ഞി കുടിപ്പാൻ
കൂട്ടുകയില്ലൊരു നേരം പോലും;
കോയിക്കൽ പോയ്ക്കാഴ്ചകൾ കാണ്മാൻ
സ്ഥായിക്കാർ ചിലരുണ്ടെന്നാകിൽ
പോയിക്കണ്ടു വരേണമിനിക്കതി-
നായിക്കൊണ്ടു പുറപ്പെട്ടപ്പോൾ
അമ്മാവിക്കതു സമ്മതമല്ലാ
അമ്മാവനുമൊട്ടങ്ങനെ തന്നെ
അമ്മയ്ക്കല്ലാതിദ്ദിക്കിലെടോ
നമ്മെക്കൂറു തരിമ്പില്ലാർക്കും."
മോദിച്ചീടിന നാരികൾ തമ്മിൽ
ചോദിച്ചങ്ങു പറഞ്ഞുതുടങ്ങി:
"കല്യാണാംഗി വിദേഹാത്മജയുടെ
കല്യാണോത്സവഘോഷം കാണ്മാൻ
ഉല്ലാസേന ധരിത്രിയിലുള്ളവ-
രെല്ലാവരുമിഹ പോയീടുന്നു;"
"എല്ലാവരുമിഹ പോയതുകൊള്ളാം
തെല്ലു വിരോധം കേൾപ്പാനുണ്ട്
വില്ലാളികളാം വീരനൃപന്മാ-
ർക്കല്ലാതവളെക്കിട്ടുകയില്ലാ;
വില്ലു കുലച്ചു വലിച്ചു മുറിച്ചേ
വേളികഴിപ്പാൻ സംഗതി കൂടൂ;
വില്ലെന്നുള്ളൊരു പണയം ചൊന്നതു
വില്ലങ്കമതായ് വന്നു ഭവിച്ചു
നല്ല സമർത്ഥന്മാരായുള്ളൊരു

നരപതിവിരുതന്മാർ പലർ വന്നു
വില്ലുമെടുത്തു വീണു മുറിഞ്ഞു
പല്ലു തകർന്നു എല്ലു ഞെരിഞ്ഞവ-
രെല്ലാം പരവശമെന്നേ വേണ്ടൂ;
പെണ്ണിനെ മോഹിച്ചയ്യോ ശിവശിവ!
പൊണ്ണന്മാർക്കങ്ങമളി പിണഞ്ഞതി-
വണ്ണമെന്നു പറഞ്ഞറിയിപ്പാൻ
ദണ്ഡമെനിക്കെൻ കൊച്ചനുജത്തീ!"
"ഇങ്ങനെ പണയം പറവാനെന്തൊരു
സംഗതിയായതു കേട്ടോ താനും?"
നിങ്ങടെ ചെവിയിൽ പുക്കാലവിടെയ-
ടങ്ങുകയില്ല പരക്കും നാട്ടിൽ; "
നിന്നാണെന്നുടെ കണ്ണാണേ ഞാ-
നിന്നിയൊരുത്തരെയറിയിക്കില്ല:
എന്നാൽ പറയാമച്ഛനുമമ്മയു-
മെന്നു തുടങ്ങിപ്പലരും കൂടെ
ദുഷ്ക്കരമായൊരു പണയം ചൊല്ലി
ദുർഘടമാക്കിത്തീർത്തു വിവാഹം"
"പെണ്ണിനെയച്ഛനു കൂറില്ലെന്നോ?"
"പെണ്ണിന്നുണ്ടോ അച്ഛനുമമ്മയും?"
"അച്ഛനുമമ്മയുമില്ലാതെങ്ങനെ
കൊച്ചുകുമാരി പിറന്നുണ്ടായി?"
"എങ്ങനെയുണ്ടായെന്നതറിഞ്ഞി-
ല്ലങ്ങിനെ കിട്ടിയതെന്നേ വേണ്ടൂ"
"കഞ്ഞി കുടിപ്പാൻ വകയില്ലാഞ്ഞാൽ

കുഞ്ഞിനെ വിൽക്കും പാപികളുണ്ടോ?"
"പിള്ളേ വിറ്റും പണമുണ്ടാക്കി-
പ്പള്ള പൊറുപ്പിപ്പാൻ മുതിരുന്നൊരു
തള്ളയിരിക്കും നാടുനശിക്കും
കൊള്ളരുതീവക ജാതികളൊന്നും;
അങ്ങിനെയെങ്ങാൻ കിട്ടിയ പിള്ള-
ക്കിങ്ങിനെയനുഭവമെന്നായ് വരുമോ?"
"കുഞ്ഞു തനിക്കില്ലാഞ്ഞാൽ മറ്റു കി-
ഴിഞ്ഞൊരു ജാതിയിലുള്ളൊരു ശിശുവെ-
ക്കുഴിയതിൽ വച്ചുകൊടുക്കാമെന്നൊരു
പഴമൊഴിയുണ്ടേ തെക്കൻ ദിക്കിൽ:"
"വലിയ തമ്പുരാനിങ്ങനെ വന്നൊരു
വഴിയിൽ വന്ന വൈദേഹിയതാകിയ
മകളെ വളർക്കുന്നെന്നതുകൊണ്ടൊരു
മകളെക്കൂറില്ലാതെ ഭവിച്ചോ?"
"എന്തൊരു കഷ്ടം സാധിക്കാതൊരു
പന്തി പിടിച്ചൊരു പന്തി നൃപന്മാർ
ചന്തമിയന്നിഹ വന്നവരെല്ലാം
ദന്തമൊടിഞ്ഞു മടങ്ങിപ്പോയി:
എന്നുടെ ജാനകി തെരളാറായി
എന്നിനിയിവളുടെ വേളി കഴിപ്പൂ
മതിയായൊട്ടൊരു മന്നവവീരൻ
അതിയായിട്ടു പ്രയത്നം ചെയ്താൽ
പതിയായിട്ടു വരാനും വിഷമം
ചതിയായിട്ടൊരു പണയം മൂലം;

അങ്ങിനെ ജാതകമയ്യോ! ജാനകി!
യിങ്ങിനെ തന്നെയിരുന്നു നരയ്ക്കും
വല്ലാതുള്ളൊരു രാശിയിലയ്യോ!
വന്നുപിറന്നൊരു വൈദേഹിക്കു
കല്യാണത്തിനു വേണ്ടും ഭാഗ്യമ-
തില്ലാഞ്ഞാൽ പുനരെന്തിഹ ചെയ്യാം!"
"എന്നേ നിർമ്മര്യാദമതെന്നേ പറവാനുള്ളു
എന്നെ വേണെങ്കിലെന്റെ കുന്തം വിഴുങ്ങേണം താൻ
എന്നുള്ള സംസാരം പോൽ വന്നു കാര്യങ്ങളെല്ലാം
ഒന്നും കണക്കിലാകില്ലെന്നു നമുക്കു പക്ഷം
വില്ലു കുലക്കുന്നോർക്കേ വേളി ലഭിക്കൂവെന്നു
തെല്ലും മടി കൂടാതെ ചൊല്ലുന്ന തമ്പുരാനു
കല്യാണി സീതയുടെ കല്യാണം വേണമെന്നു-
തെല്ലോളമാശയില്ലെന്നല്ലോ തോന്നിക്കണ്ടായ
"നല്ലോരു പെണ്ണിരുന്നു നരച്ചുപോകുകയേയുള്ളൂ;'
"വല്ലോരു വന്നു വേട്ടുകൊണ്ടുപോയില്ലെന്നാകിൽ
നല്ല തലമുടിയും കാതും മുഖവും നല്ല
പല്ലും ചൊടിയും കണ്ണും കണ്ടാലെത്ര മനോജ്ഞം;
ചാലേ പകിടച്ചൂതുപോലേ മുലകൾ രണ്ടും
ബാലയാം വൈദേഹിക്കു വന്നു കുരുത്തീടുന്നു;
ആലാപഭംഗികളും ലീലാകടാക്ഷങ്ങളും
പ്രാലേയരുചിബിംബം പോലെ വദനം പിന്നെ
നീലേന്ദീവരം പോലെ നീണ്ടുള്ള നേത്രങ്ങളും;
മല്ലീശരന്റെ പടവില്ലിന്റെ വൈഭവത്തെ
തല്ലി മണ്ടിക്കുന്നോരു ചില്ലീയുഗവും നല്ല

മുല്ലമുകുളം പോലെ പല്ലും മന്ദസ്മിതവും;
ബാലേന്ദുകല പോലെ ഫാലതിലകങ്ങളും;
എല്ലാമിവണ്ണം കണ്ടും കേട്ടും നൃപവരന്മാ-
രെല്ലാം മലരമ്പന്റെ മുല്ലക്കണകളേറ്റു
വല്ലാതുഴലുന്നു ദേഹമെല്ലാം തളർന്നു ഖേദ-
മല്ലാതൊരു നേരവുമില്ലാതെ നാടും വീടു-
മെല്ലാം വെടിഞ്ഞു വെക്കമെല്ലാരും കൂടിസ്സീതാ-
കല്യാണപ്പന്തൽക്കുള്ളിൽച്ചെല്ലുന്ന നേരം കേട്ടു;
"വില്ലു കുലയ്ക്കാമെന്നു വില്ലന്മാരൊത്തു ചേർന്നു
വില്ലുമെടുത്തു വീണു പല്ലും തകർന്നു പാര-
മല്ലൽ പിണഞ്ഞു സാധിക്കില്ലെന്നുറച്ചു മണ്ടി
നല്ലാർ മണിയുടയ കല്യാണമൂർദ്ധ്വമായി'
വല്ലാത്ത കാലമെന്നേ ചൊല്ലാവൂ'യെന്നീവണ്ണം
എല്ലാ സ്ത്രീകളും തമ്മിൽ സല്ലാപം ചെയ്യുന്നേരം;
മണ്ടിവന്നൊരു മനോഹരരൂപിണി
കണ്ടിവാർകുഴലിതാനുരചെയ്താൾ:
"കുണ്ഠിതം കളക മാനിനിമാരേ!
കണ്ടുകൊൾവിനിഹ വേളി മഹോത്സവം
രണ്ടു പക്ഷമതിനില്ല വിവാഹം
രണ്ടുനാളിലകമാശു ഭവിക്കും;
രണ്ടുസുന്ദരനരേന്ദ്രസുതന്മാ-
രുണ്ടു പോന്നിഹ പുരേ മരുവുന്നു
കണ്ടുഞാനവരെയിന്നിഹ കണ്ടാൽ
രണ്ടുപേരുമതിവിസ്മയരൂപികൾ
പണ്ടു ശംഭു ഭഗവാനതികോപം-

കൊണ്ടുഫാലമിഴി തന്നിലെരിച്ചൊരു
വണ്ടു ഞാനുടയ മന്മഥനിപ്പോൾ
രണ്ടുവിഗ്രഹമിയന്നിഹ വന്നു
കണ്ടിവാർകുഴലി സീതയെ വേട്ടു-
കൊണ്ടുപോകുവതിനെന്നിഹതോന്നും;
രണ്ടുപേരിലൊരുവൻ വിരവോടാ-
കണ്ഠരാകിന നൃപന്മാർ പലരും
കണ്ടിരിക്കവെ വില്ലുകുലച്ചു-
കൊണ്ടു ജാനകിയെ വേളി കഴിച്ചിഹ
കൊണ്ടുപോയിടുമതായതു നിശ്ചയ-
മുണ്ടെനിക്കു മമ കൊച്ചനുജത്തീ!
തണ്ടുതപ്പികടെ കുണ്ഠിതഭാവം
കണ്ടിരുന്നിഹ നമുക്കു ചിരിക്കാം;
രാമനെന്നുമഥ ലക്ഷ്മണനെന്നും
നാമധേയവുമവർക്കിഹ കേട്ടു;
കാമദേവനുടെ കാന്തിയെ വെല്ലും
കോമളാകൃതി മനോഹരനാകിയ
രാമനെന്ന ശിശു വില്ലു കുലപ്പാൻ
മാമുനീന്ദ്രനരുൾ ചെയ്തിതുപോലും."
"അയ്യോ! ശിവശിവ! കൊച്ചുകുമാരനു
കയ്യോ കാലോ പോകാനുള്ളൊരു
ദുര്യോഗത്തെക്കല്പിച്ചൊരു മുനി-
വര്യനുമിപ്പോൾ ഭ്രാന്തുപിടിച്ചോ?
വണ്ണൻ വാഴ കണക്കു തടിച്ചൊരു
പൊണ്ണന്മാർ ചിലർ വന്നിവിടേക്കു

ദണ്ഡുമെടുത്തു കുലപ്പാൻ വളരെ-
ദ്ദണ്ഡിച്ചൂർദ്ധ്വമതായെന്നല്ലീ
കണ്ണു പൊടിഞ്ഞും കാലുമൊടിഞ്ഞും
മണ്ണിൽ മറിഞ്ഞു മുറിഞ്ഞു ശരീരം
മന്നിലിരിക്കും മന്നവരനവധി
ഖിന്നത പൂണ്ടിഹ മാറിപ്പോന്നു;
അങ്ങനെയുള്ളൊരു വില്ലു കുലപ്പാ-
നിങ്ങനെ ശിശുവാം ദശരഥതനയൻ
എങ്ങനെ മതിയാകുന്നതികഠിനമി-
തംഗനമാരേ! നിങ്ങൾ ധരിപ്പിൻ;
ആന വലിക്കാതുള്ള മരത്തടി
പൂന വലിപ്പാനാളായ് വരുമോ?
ജാനകിമൂലം മനുകുലബാലനു
മാനക്കേടു വരുത്തും മാമുനി;
വിശ്വാമിത്രൻ കൽപിച്ചാലതു
വിശ്വാസമെനിക്കില്ലനുജത്തീ!
വിശ്വം മുന്നിലുമെത്രയുമേറ്റം
വിശ്രുതമാകിന സൂര്യകുലത്തിൽ
വന്നു പിറന്ന നൃപന്മാർക്കൊരുപിഴ
വന്നെന്നുള്ളതു കേൾപ്പാനില്ല;
ഇന്നിതു കേക്കാറാകില്ലല്ലീ-
യെന്നു നമുക്കിഹ തോന്നീടുന്നു;
നമ്മുടെ സ്വാമി വിദേഹനരേന്ദ്രനു
നല്ലതു ഞാനിഹ ചൊല്ലാമിപ്പോൾ
വില്ലെന്നുള്ളൊരു പണയം ചൊന്നതു

വില്ലങ്കത്തെ വെടിഞ്ഞു പൊടുക്കനെ
നല്ല കുമാരകനാകിയ രാമനെ
മെല്ലെ വിളിച്ചു വരുത്തിക്കനിവൊടു
കല്യാണാംഗിയതാകിയ മകളുടെ
കല്യാണം വഴിപോലെ കഴിച്ചഥ
ആരും വളരെ ഗ്രഹിയാതങ്ങൊരു
തേരിൻ മുകളിൽ കേറ്റിയയോദ്ധ്യാ-
പുരിയിലയയ്ക്കണമിരുവരെയും പുന-
രരുതൊരു താമസമായതിനിപ്പോൾ,
നാമിഹ ചൊന്നതു ചെയ്തെന്നാലെൻ
സ്വാമിക്കേതും ദൂഷണമില്ല;
രാമനു മകളെദ്ദാനം ചെയ്താൽ
ഭൂമിയിൽ നല്ലൊരു കീർത്തി നടക്കും
ചാർച്ചയുമുണ്ടാം ചേർച്ചയുമുണ്ടാം
താഴ്ചയുമെങ്ങും വരികയുമില്ലാ
കാഴ്ച നരേശ്വരനുണ്ടെന്നാകിൽ
വാശ്ശുതുമിങ്ങനെ ചെയ്യണമിപ്പോൾ:"
"പോടീ നിന്നുടെ സംസാരം മതി
പോകാം വിരവൊടു കാഴ്ചകൾ കാണ്മാൻ;
കോപ്പച്ചാരു നിനക്കുണ്ടാക്കിയ
കോപ്പുകളെല്ലാമെങ്ങെടി പേണ്ണേ?"
"കോപ്പുകളെല്ലാം പണയം വച്ചു
കറുപ്പും കള്ളും കൊണ്ടു മുടിച്ചൊരു-
മുടിയൻ നായർ നമുക്കൊരു മുണ്ടും
പുടവയുമിപ്പോൾ തരുമാറില്ല;

കടമെന്നുള്ളതു തലയിൽക്കേറി
കാട്ടിലൊളിച്ചു നടക്കുന്നിപ്പോൾ"
"ഉമ്മിണിയച്ചീ! വാടീ നിന്നുടെ
പൊന്മണിയിന്നു നമുക്കു തരാമോ?"
"പൊന്മണി വിറ്റു കടത്തെപ്പോക്കി
പൊളിയല്ലങ്ങിനെ സംഗതി വന്നു
പൊന്നും വെള്ളിയുമെന്നുടെ വീട്ടില-
തൊന്നും കണി കാണ്മാനുമതില്ലാ
രാമച്ചാരുടെ മകടെ കഴുത്തിലൊ-
രാമത്താലി കിടക്കുന്നുണ്ട്
ആയതു കിട്ടും ചോദിച്ചെന്നാ-
ലായവൾ തരുമെന്നെന്നുടെ പക്ഷം;"
"അവൾ പോന്നില്ലേ കാഴ്ചകൾ കാണാൻ?"
"അവൾ പോന്നില്ലാ തൊടുവാൻ മേലാ;"
ഇങ്ങനെയോരോ വാക്കു പറഞ്ഞും
തങ്ങടെ മോടി വരുത്തിക്കൊണ്ടും
പെട്ടി തുറന്നും കോപ്പുകളെല്ലാം
കെട്ടിയണിഞ്ഞും പുടവ ഞൊറിഞ്ഞും
കണ്ണുകളെഴുതിത്തിലകം തൊട്ടും
മോതിരമിട്ടും കൈവളയിട്ടും
താലിയണിഞ്ഞും മാലയണിഞ്ഞും
നാടൻ പുഴുവു മുഖത്തു മിനുക്കി
കൂടെത്തലമുടി ചിക്കി വിടർത്തും
വെറ്റ തെറുത്തും കയ്യിലെടുത്തും
മറ്റുള്ളവർകളെ മാടിവിളിച്ചും

കൊച്ചിനെയെളിയിലെടുത്തും പലതര-
മച്ചികളങ്ങു നടന്നു തുടങ്ങി!
തെക്കു വടക്കു കിഴക്ക്കു പടിഞ്ഞാ-
റൊക്കെ നിറഞ്ഞു കവിഞ്ഞു വരുന്നൊരു
വിപ്രന്മാരുടെ തിക്കുതിരക്കുനി-
രപ്പൊടു തത്ര വിചിത്രമതല്ലോ!
"ഹേ ഹേ തന്നൊടു ചോദിക്കുന്നു വി-
ദേഹേശന്റെ മകൾക്കു സ്വയംവര-
ഘോഷമിതങ്ങു തുടങ്ങി ജനങ്ങള-
ശേഷവുമവിടെച്ചെന്നു നിറഞ്ഞു;
തത്ര നമുക്കു പ്രതിഗ്രഹമവിടൊ-
ട്ടെത്ര ലഭിക്കുമതുണ്ടോ കേട്ടു?"
"നമ്പൂതിരിമാർക്കമ്പതുമറുപതു-
മാൾക്കാശുണ്ടെന്നിങ്ങനെ കേട്ടു
ഓരോ പാതിപ്പട്ടും കിട്ടും
നേരോ പൊളിയോ കണ്ടാലറിയാം;
ധീരത്വം പുനരുള്ള മഹീപതി
പാരിൽ ധനവാന്മാരിലധീശൻ
ഭൂരി ദ്രവ്യമതുള്ളതശേഷം
വാരിക്കോരിച്ചിലവിട്ടിപ്പോൾ
ദാരിദ്ര്യം കണികാണ്മാനില്ലാ-
തായ് വരുമെന്നാലിപ്പരിഷയ്ക്ക്;"
"പോരിക വിപ്ര സദ്യയടുത്തു
കോരിക കൊണ്ടു വിളമ്പും പ്രഥമൻ
പപ്പടവും പഴവും പഞ്ചാരയു-

മപ്പം വടകളുമുപ്പേരികളും
നെയ്യും നല്ല പരിപ്പും പാലും
പച്ചടി കിച്ചടി വേപ്പില മാങ്ങാ
നാരങ്ങാക്കറി പുളിയിഞ്ചികളും
ചക്കപ്രഥമനടപ്രഥമൻ പുന-
രൊക്കെയുമോലോലക്കറിയിങ്ങനെ
ശർക്കര ചേർത്തു വറുത്ത പദാർത്ഥം
മുഷ്കരമാകിന നേന്ത്രപ്പഴവും
കണ്ണൻ പഴവും വണ്ണൻ പഴവും
കാളിപ്പഴവും കദളിപ്പഴവും
കന്നിൻ തൈരും കാച്ചിയ മോരുമി-
തൊന്നും കുറവില്ലെത്ര ചെലുത്താ-
മെന്നാലായതിലേറെ വിളമ്പും
ഇലയിലിടം പോരാതായ് വരുമേ;
എല്ലാമിലയിൽ ശേഷിപ്പവരൊടു
വല്ലാതങ്ങു ശകാരിച്ചീടും;
ഭരിപ്പുനടത്തും പരദേശികടെ
വലുപ്പവുമവിടെക്കാണുകയില്ല
വയ്പിനു നല്ല മടപ്പള്ളിക്കാ-
രല്പമതല്ലൊരു പത്തുസഹസ്രം
കല്പന കേട്ടു നടക്കാത്തവരുടെ
കയ്ക്കുപിടിച്ചു പുറത്തും തള്ളും
ചന്ത്രക്കാരനുമേറെ ഞെളിഞ്ഞാൽ
ചന്തക്കേടു വരുത്തിയയയ്ക്കും;
കൊല്ലാവുന്ന ജനങ്ങൾ പിഴച്ചാൽ

കൊല്ലാൻ കല്പന വരുമെന്നറിക
കൊല്ലരുതാത്തവരെക്കൂട്ടത്തിൽ
കൊള്ളരുതാത്ത വഴിയ്ക്കും കൂട്ടും;
വമ്പുള്ളോരെജമാനൻ മീശ-
ക്കൊമ്പുള്ളവനെന്നാകിലുമുടനേ
സംഭാരങ്ങൾ വരുത്താത്തവരെ
സ്തംഭത്തോടു വരിഞ്ഞിഹ കെട്ടും;
നമ്പൂതിരിമാർ ചോമാതിരിമാ-
രെമ്പ്രാന്തിരിമാർ പരദേശികളും
നമ്പിബ്രാഹ്മണരെന്നുള്ളവരുടെ
മുമ്പിൽ വരുമ്പോൾ വഴി തിരിയാഞ്ഞാൽ
വമ്പന്മാരവരധികാരികളെയു-
മമ്പൊടു നരപതി പിഴ ചെയ്യിക്കും;
സമ്പ്രതി ജനകപുരത്തിലൊരുത്തനു
സംഭ്രമമെന്നതു കാണ്മാനില്ല."
ഇത്ഥം നാലു ദിക്കീന്നുമെത്തും മഹീസുരന്മാർ
ചിത്തം തെളിഞ്ഞു പല വൃത്തം പറഞ്ഞുകൊണ്ടു;
ഛത്രം വിശറിയുമായത്ര നഗരി തന്നിൽ
ചിത്രമായുള്ള ബഹുസത്രങ്ങൾ കണ്ടുകണ്ട-
ങ്ങെത്രയും മോദമോടേ ധാത്രീശൻ ജനകന്റെ
പുത്രീവിവാഹഘോഷേ തത്ര സുഖിച്ചുവാണു;
ഇത്തരമനവധി ഘോഷം ദിശി ദിശി
ചിത്തരസങ്ങളനേകമനേകം
പത്തനമൊക്കെ നിറഞ്ഞു ജനങ്ങടെ
പലപല വിദ്യകളങ്ങു തുടങ്ങി;

ആട്ടം പലദിശി പാട്ടും കളികളു-
മോട്ടൻ തുള്ളലു കൊമ്പും കുഴൽ വിളി
തട്ടുമ്മേൽക്കളി തറയിൽ ചാട്ടവു-
മൊട്ടും കുറയാതമ്മാനാട്ടം
കമ്പക്കൂത്തുകൾ ഞാണിന്മേൽക്കളി
കമ്പമകന്നൊരു ദണ്ഡിപ്പുകളും
കൊമ്പുകളും കിടുപിടിയും തകിലുമൊ-
രമ്പതുലക്ഷം തിമിരക്കാരും
പാണ്ടിവിധം മലയാളവിധങ്ങളു-
മാണ്ടിക്കളികളുമായുധവിദ്യകൾ
ചെണ്ട കടുന്തുടി മദ്ദളഘോഷവു-
മുണ്ടിഹ ദിശി ദിശി കേൾക്കാകുന്നു;
യാത്രബ്രാഹ്മണരവരുടെ കളിയും
മാത്രക്കോലും വാളും വടിയും
ചെപ്പടിവിദ്യകൾ തപ്പടി കോലടി
കെല്പൊടു പൊടുപൊടെ വെടികളുമിടയിടെ-
യിപ്പടി ബഹുവിധമത്രയുമത്ഭുത-
മുപ്പുരവരമതിലാശു നിറഞ്ഞും
വിശ്വാമിത്രമഹാമുനി താനും
വിരവൊടു രഘുസുതരോടു സമേതം
വിശ്വാസം ബഹുമാനം ഭക്തിയു-
മാശ്വാസവുമിയലും ജനകേന്ദ്രനെ
വേറെ വിളിച്ചുവരുത്തിസ്സാദര-
മേറെത്തെളിവൊടു ഗിരമുരചെയ്തു:
“വീരപുംഗവ ധീരമഹീപാല!

ശൌര്യവാരിധേ കേൾക്ക് ഗിരം ച മേ

1. സൂര്യവംശതിലകൻ ദശരഥൻ
ഭാര്യമാരുമായ് മേവുന്നൊരുകാലം
പുത്രരില്ലാഞ്ഞു ദുഃഖം മുഴുക്കയാൽ
പുത്രകാമമഖവും തുടങ്ങിച്ചു

2. ഋശ്യശൃംഗമുനിയുടെ വൈഭവാൽ
വിശ്രുതന്മാരാം പുത്രന്മാരുണ്ടായി
കോസലനൃപൻ തന്റെ മകളായ
കൌസല്യയ്ക്കു പിറന്നിതു രാമനും

3. കേകേയനൃപൻതന്റെ മകളായ
കൈകേയിക്കു പിറന്നു ഭരതനും
മാഗധന്റെ കുമാരിയായുള്ളൊരു
ധന്യശീല സുമിത്ര തനിക്കപ്പോൾ

4. ലക്ഷ്മണശത്രുഘ്നന്മാരെന്നിങ്ങനെ
ലക്ഷണമുള്ള പുത്രന്മാരുണ്ടായി
നാലു വേദവുമാറു ശാസ്ത്രങ്ങളും
നാലു നന്ദനന്മാരും ഗ്രഹിച്ചിതു;

5. ആയുധവിദ്യകളാദിയൊക്കെയു-
മായവണ്ണം ഗ്രഹിച്ചാരവർകളും

മൂത്തവനായ് രാമൻ മനോഹരൻ
മൂന്നാമൻ ബത ലക്ഷ്മണവീരനും

6. നമ്മോടൊന്നിച്ചു പോന്നിതു യാഗവും
ചെമ്മേ രക്ഷിച്ചിതാശു ചതുരന്മാർ
പാടവമുള്ള രാമൻ വഴി തന്നിൽ
താടകയേക്കൊല ചെയ്തതിവേഗം

7. പ്രൌഢരാകിന രാക്ഷസവീരരെ
താഡനം ചെയ്തു ബാണങ്ങൾ കൊണ്ടുടൻ
ഭൂപാലബാലൻ പിന്നെയഹല്യയ്ക്കു
ശാപമോക്ഷവുമമ്പോടു നൽകിനാൻ;

8. ഭൂപവര്യനാം നിന്റെ പുരേ ശിവ-
ചാപമുണ്ടെന്നു കേട്ടതു കാണുവാൻ
ജാതമോദമിവിടേക്കു വന്നിവർ
ഏതും വൈകാതെ കാണിക്ക നീ ചാപം."

ഇത്തരമുര ചെയ്തീടിന മുനിയോ-
ടുത്തരമുരചെയ്താനഥ ജനകൻ:
അയ്യോ! ശിവശിവ! ശിശുവാമിവനി-
ത്ര്യൈയ്യംബകമാം വില്ലു കുലപ്പാൻ
കയ്യൂക്കുണ്ടോ സാഹസമാമിതു
ചെയ്യിപ്പിക്ക നമുക്കിതു ചിതമോ?
അയ്യായിരമവനീശന്മാരിതു

ചെയ്യാമെന്നു നടിച്ചിഹ വന്നീ-
ത്ര്യെയ്യംബകമൊടു തോറ്റു മടങ്ങി-
ക്കയ്യും കാലുമൊടിഞ്ഞു ചിലർക്കിഹ
മെയ്യു വളഞ്ഞു കയ്യു കളഞ്ഞു
പൊയ്യല്ലത്ര തരം കെട്ടാരവർ
ആയ്യാളുകളിലൊരുത്തനുമോർത്താൽ
വയ്യാതുള്ളൊരു ദുർഘടകാര്യം
ചെയ്യാമെന്നിക്കുഞ്ഞുങ്ങൾക്കും
ചെയ്യിപ്പിക്കാമെന്നു നമുക്കും
ദുർമ്മോഹം കൊണ്ടതിനു തുനിഞ്ഞാൽ
ധർമ്മോപക്ഷയമെന്നിഹ തീരും;
ത്രിപുരന്മാരെച്ചുട്ടുമുടിപ്പാൻ
ത്രിദശന്മാരുണ്ടാക്കിയ വില്ലിതു
നൃപവരന്മാർക്കും സൂര്യകുലത്തിൽ
അപരന്മാർക്കുമെടുത്തു കുലപ്പാൻ
സാധിക്കാഞ്ഞൊരു കാര്യമിതടിയൻ
ബോധിക്കാഞ്ഞൊരു പണയം ചൊന്നത്
അധികം കഷ്ടമശേഷജനത്തിനു-
മാധിക്കുള്ളൊരു തൊഴിലായ് വന്നു
സുഖക്കേടു പാരമെന്റെ മകൾക്കു വയസ്സു പത്തായ്;
"പൊടുക്കെന്നൊരൂഹത്തിനു
കൊടുക്കെന്നുള്ളതിനൊരു
തിടുക്കമീക്കല്യാണത്തിന്മുടക്കം വരുന്നതാകി-
ലൊടുക്കം;'തെക്കും വടക്കും കിഴക്കും പടിഞ്ഞാറും
വഴി-
നടക്കും ജനങ്ങൾ നമ്മെ പഴിക്കുന്നുണ്ടെന്നു പല-

വഴിക്കും കേൾപ്പാനുമുണ്ടതൊഴിക്കും പ്രകാരം കാര്യം-
കഴിക്കുന്നാകിലൊ സൌഖ്യം ഭവിക്കും നമുക്കും
പിന്നെ-
ചെവിയ്ക്കു പുത്തരിയായിട്ടുരയ്ക്കും ദുഷ്കീർത്തി
കേട്ട-
ങ്ങിരിക്കുന്നതിനെക്കാട്ടിൽ മരിക്കുന്നതത്രേ നല്ലൂ;
തെരിക്കങ്ങു കാശിക്കങ്ങു തിരിക്കാമെന്നതേ വരു;
ഒരിക്കൽ ചാക്കുമുണ്ടല്ലോ ധരിക്കെന്റെ വിശ്വാമിത്ര!
തരക്കേടു വന്നു നമ്മെ പരക്കെ ദുഷിവാക്കുകൾ
ഉരയ്ക്കുന്നിതുപോൽ നാട്ടിലിരിക്കും മാനുഷരെല്ലാം
ചിരിക്കുന്നതു കൊണ്ടത്തൽ പെരുക്കുന്നു;
നിങ്ങൾക്കെല്ലാം
നിരക്കുന്നതുപോൽ ചെയ്‌വാനെനിക്കും
മോഹമുണ്ടതു-
മുനിക്കു സമ്മതമെങ്കിൽ കനക്കേടു ചിന്തിയാതെ
കനക്കെ ഗുണമുള്ളൊരു പുരനേക്കൊണ്ടു വേളി
പരിചിൽ കഴിപ്പിച്ചുകൊണ്ടുരിയാടാതെ പോയാലും;"
വൈരാഗ്യം കൊണ്ടിങ്ങനെ പല മൊഴി
വൈദേഹൻ പറയുന്നതുകേട്ടു
ഗൌതമനായ ശതാനന്ദൻ മുനി
വീതവിശങ്കം പുനരരുൾ ചെയ്തു;
"സീരദ്ധ്വജനരപാല സഖേ! തവ
ധീരത്വം പുനരെങ്ങു ഗമിച്ചു?
വീരപരീക്ഷയ്ക്കുള്ളൊരു പണയം
വിരവൊടു പണ്ടു ഭവാനുര ചെയ്തു
ഭംഗം വരികയുമില്ല വിവാഹം

സംഗതി വരുമതിനില്ല വിവാദം;
പുംഗവകേതന ചാപം ദ്രുതമഥ
രംഗതലത്തിൽ വരുത്തീടേണം
രാമൻ വില്ലു കുലയ്ക്കുമതിന്നൊരു
താമസമില്ല തരിമ്പുമിദാനീം
മാമുനി വിശ്വാമിത്രൻ തിരുവടി
രാമനു ഗുരുവെന്നറിക മഹീശാ!
ജൃംഭകമാദി മഹാസ്ത്രമശേഷം
സംഭൃതമോദം കൌശികമാമുനി
സമ്പ്രതി രാമനു ദാനം ചെയ്തതു
സരസമതേ! നീ ബോധിച്ചീലാ;
താടകയെക്കൊല ചെയ്തു സുബാഹു-
നിശാടനമുഖ്യവധത്തെച്ചെയ്തു;
നാടകമല്ലിതു സകല ത്രിഭുവന-
നാടകമഖിലം പാലിച്ചീടാൻ
പാടവമുള്ളൊരു രാമനു കാർമുക-
പാടനമതിനിന്നെന്തൊരു ദണ്ഡം?
മൂഢജനങ്ങൾക്കെന്തറിയാമിതു
ഗാഢപരാക്രമനേഷകുമാരൻ
ശിശിരേതരകരകുലമതിലുളവാം
ശിശുവെന്നാലും വൈരികുലത്തെ
പ്രശമിതമാക്കാൻ മതിയാമെന്നതു
വിശദമതേ! നീ ബോധിച്ചാലും
പൊക്കമിയന്ന മരങ്ങൾ നിറഞ്ഞതി-
ദുഷ്കരമാകിന കാടുകളെല്ലാം

ഒക്കെച്ചൂട്ടു മുടിപ്പാനല്പം
തീക്കനൽ മാത്രം മതിയാകില്ലേ?
തെല്ലു വിഷാദം വേണ്ട സഖേ! തവ
നല്ലൊരു ചാർച്ചക്കാരനിവൻ തട-
വില്ലിഹ വിരവൊടു പരമേശ്വരനുടെ
വില്ലു വലിച്ചു കുലച്ചു മുറിച്ചഥ
ഉല്ലാസത്തൊടു ജനകാത്മജയുടെ
കല്യാണോത്സവമാശു കഴിച്ചഥ
കല്ല്യനതാകിന തവ ഹൃദി പെരുകിന
ശല്യമൊഴിക്കും ദശരഥതനയൻ."

ചമ്പതാളം

മുനിവരഗിരം മുദാ കേട്ടു സീരദ്ധ്വജൻ
മനതളിർ തെളിഞ്ഞുടൻ മാനശാലീ നൃപൻ
പുരഹരശരാസനം കൊണ്ടുവന്നീടുവാൻ
പുരുഷജനമായിരം യാത്രയാക്കീടിനാൻ
തദനു പുനരായിരം കിങ്കരന്മാരുടൻ
മദനരിപുകാർമുകം ചെന്നു കണ്ടീടിനാർ;
"പെരിയൊരു മഹാമലയ്ക്കൊക്കുമിക്കാർമുകം
വിരവൊടു ചുമന്നുകൊണ്ടങ്ങു ചെൽവാൻ പണി
ഇനിയുമുടനായിരം നായരുണ്ടെങ്കിലേ
ഇതു തലയിലേറ്റുവാനാളാവു നാമെടോ!
വലിയ മലയെച്ചുമന്നീടുവാനെങ്കിലും
വലിയ ജനമിങ്ങു കല്പിച്ചയച്ചാലതും

ഒരു ദശയിലിന്നു നാം ചെയ്കയെന്നേ വരൂ
വരിക വിരവോടു നാം വില്ലെടുത്തീടുക
വരുവതു വരും ഫലം വാശ്ശതെന്നാകിലും;
ചലമിഴികൾ കൂപ്പുമജ്ജാനകിപ്പെണ്ണിന്റെ
മുലയിണ കൊതിച്ചു വന്നീടുന്നവർക്കഹോ
മലകളെ മറിപ്പതിന്നും മടിയില്ലഹോ
ഫലമിനിവരുന്നതാർക്കെന്നറിഞ്ഞീല ഞാൻ;
ദശരഥനരാധിപൻ തന്നുടെ പുത്രനായ്
ശിശുനൃപതി രാമനെന്നിങ്ങനെ പേരായ
പുരുഷനെക്കൊച്ചുഭൂപാലനിക്കാർമുകം
വിരവൊടു കുലപ്പതിന്നായ്ത്തുടങ്ങുന്നുപോൽ!
ശിവശിവ! മഹാകഷ്ടമക്കുഞ്ഞുരാമനീ
ശിവനുടെ ശരാസനത്തെക്കുലച്ചീടുമോ!
ഒരു ശിശുവധത്തിനായ് നമ്മുടെ തമ്പുരാൻ
തിരുമനസി കൽപ്പിച്ചിതയ്യോ! ശിവ ശിവ!
ഇത്തരമോരോന്നുരചെയ്തുടനെമ-
ഹത്തരമാകിന കാർമുകമമ്പൊടു
സത്വരമായിരമാളുകൾ കൂടിയെ-
ടുത്തു പിടിച്ചിഹ കൊണ്ടന്നുടനെ
തുംഗമതാകിയ രംഗത്തിന്നൊരു
ഭംഗം കൂടാതഴകൊടു വെച്ചു;
മംഗലസമയേ മനുകുലനരവര-
പുംഗവനന്ദനനാകിയ രാമൻ
കുശികാത്മജനുടെ ശാസന കൊണ്ടതി-
കുശലമതാകിന കർമ്മം ചെയ്‌വാൻ

ഭൃശകുതുകേന പുറപ്പെട്ടപ്പോൾ
സുശകുനമഖിലവുമങ്ങുളവായി;
ദക്ഷിണലോചനമിളകി തദാശുഭ-
ലക്ഷണമാമതു പുരുഷന്മാർക്ക്
ദക്ഷിണബാഹുപ്രചലനവും പുന-
രക്ഷണമേവ ഭവിച്ചു വിശേഷാൽ;
പക്ഷികൾ നല്ല ചകോരാദികളും
ദക്ഷിണദിശി ശബ്ദിച്ചു തുടങ്ങി
ലക്ഷ്മണപൂർവ്വജനാകിയ രാമൻ
തൽക്ഷണെ ഗുരുവാം കുശികാത്മജനെ
പ്രദക്ഷിണവും വച്ചാശു വണങ്ങി
ദക്ഷിണനാകിയ ജനകാധിപനാ-
മക്ഷിതിപതിയെ നമിച്ചു സുഖേന വി-
ചക്ഷണനാകിയ ലക്ഷ്മണസഹിതന-
രക്ഷണമവിടെത്താമസിയാതുട-
നക്ഷിതിപതി സുതനാശു നടന്നു;
ഖണ്ഡാമൃതകരമണ്ഡനനുടെ കോ-
ദണ്ഡമിരിക്കും മണ്ഡപസീമനി
മനുകുലബാലൻ ചെന്നു കരേറി;
ഘനമേറീടിന കോദണ്ഡത്തിനു
കനിവൊടു മൂന്നു വലംവെച്ചുടനേ
മനസാ വാചാ മദനാന്തകനെ
പുനരപി പുനരപി തൊഴുതുവണങ്ങി
ഘനതരകഠിനമതാകിന ചാപം
വിവശതയെന്യെയെടുത്തഥ പൊക്കി

അനവധി നൃപതികൾ നോക്കിയിരിക്കെ
ധനുരാരോപണമാരംഭിച്ചു;
വില്ലിൻ മുന പുനരവനിയിലൂന്നി
തെല്ലും താമസിയാതെ വളച്ചഥ
നല്ലൊരു ഞാണു പിടിച്ചു മുറുക്കി
പാണിതലം കൊണ്ടടവു പിടിച്ചു-
പതുക്കെത്താഴ്ത്തി ഝടിതി കുലച്ചു
പടുതരമാകിന ചെറുഞാണൊലിയും
പൊടുപൊടെ വടിവൊടു സപദി മുഴക്കി;
കച്ചക്കെട്ടിലമർന്നൊരു നിലയുമു-
റച്ചഥ നിന്നു വലിചു കരേറ്റി
പറ്റെത്താണു വലഞ്ഞെവിയറ്റം
പറ്റിച്ചീടിന സമയത്തിങ്കൽ
ചട്ടറ്റീടിന ചാപം നടുവേ
പൊട്ടി മുറിഞ്ഞു മറിഞ്ഞു പതിച്ചു;
പൊട്ടുന്നേരമുദിച്ചൊരു ശബ്ദം
ഒട്ടും കുറവില്ലാഴിയുമൂഴിയു-
മെട്ടു ദിഗന്തവുമൊന്നു കുലുങ്ങി
അഷ്ടദിഗന്തരദന്തികളുടെ ചെവി-
പൊട്ടിയലഞ്ഞവർ ഞെട്ടിയുഴന്നു;
സപ്തചലാചലകുഹരേ മരുവിന
സുപ്തമതാകിന സിംഹസമൂഹം
സത്വരമഖിലമുണർന്നതിവേഗം
ബദ്ധപ്പെട്ടു ഭ്രമിച്ചു നടന്നു
നരവീരശിഖാമണിരാമൻ

പരകാമിനിമാർക്കൊരു കാമൻ
അതിസുന്ദരനാകിയ ബാലൻ
അരിവൃന്ദകുലത്തിനു കാലൻ
അതിചതുരൻ മദുരൻ മഹിതൻ
സുഭഗം സുരുചിരസരസതരൻ;
ഹരചാപമെടുത്തു കുലച്ചു
പരിചോടു പിടിച്ചുവലിച്ചു
ധരണീതലമൊന്നു വിറച്ചു
ധരണീശമതങ്ങൾ നിലച്ചു
സുഖമുദിച്ചു രസിച്ചിതു സാധുജനം;
അഥ കാർമുകമായതു പൊട്ടി
അതു കേട്ടവരമ്പൊടു ഞെട്ടി
ജനകേന്ദ്രനു നല്ലൊരു തുഷ്ടി
തനയയ്കു സുമംഗലപുഷ്ടി
അതിതുംഗമംഗലം സപദി സമാപതിതം;
വരവാണിയതാകിയ സീതാ
വനമാലികയോടു സമേതാ
വരനാകിയ രാമമുപേതാ
വരവാണിമണീ സുമവനിതാ
വരനുടെ ഗളഭുവി വിരവൊടു
മാലവച്ചു മാലൊഴിച്ചു വാണു സുഖം
നരവരസുരനഥ വില്ലു കുലച്ചു
വരതനു ഗളഭുവി മാലയുമിട്ടു
ധരണീസുരരതു കണ്ടു രസിച്ചു
പെരുകിന സഭകളിലവിടെ വസിച്ചു;

ജനകമഹീപതി ഗൌതമമുനിയൊടു
ജനിതകുതൂഹലമിദമുരചെയ്തു;
“മുനികുലപുംഗവ! നിന്തിരുവടിതാൻ
കനിവൊടു മമമൊഴി കേട്ടരുളേണം
ഇന്നിഹ വിരവിലയോദ്ധ്യാനഗരേ
ചെന്നിഹ വിരവൊടു ദശരഥനേയും
നന്ദനഭരതൻ ശത്രുഘ്നനെയും
നന്ദിച്ചിങ്ങു വരുത്തീടേണം;
കൌസല്യാ കൈകേയി സുമിത്രാ-
ദേവികൾ മൂവരുമവരുടെ സഖിമാർ
ദാസികളെന്നിവർ സകലജനത്തൊടു
ദശരഥനരവരനാശുവരേണം;
തരണികുലത്തിലുപാദ്ധ്യായൻ മുനി
ധരണി സുരോത്തമനായ വസിഷ്ഠൻ-
തിരുവടിതാനുമെഴുന്നള്ളേണം
ഗുരുഭൂതന്മാരപരന്മാരും
ശ്രീരാമൻ ബത വില്ലു കുലച്ചു
സീതാ മമ മകൾ മാലയുമിട്ടു
പത്തുദിനത്തിനകത്തു വിവാഹമു-
ഹൂർത്തവുമവിടെക്കൽപിച്ചെന്നതി-
നെത്തുക വേണം ജനനികൾ ജനകനു-
മിത്ഥം ചെന്നു ധരിപ്പിക്കേണം;
കുറിയെഴുതീട്ടൊരു പുരുഷനെ വിട്ടാൽ
കുറയെത്താമസമുണ്ടാമായതു
തരമില്ലിപ്പോൾ നിന്തിരുവടിതാൻ

കനിവൊടു ദണ്ഡിച്ചേ മതിയാവൂ;
തേരും കുതിരയുമാശു വരുത്താം
ചേരുമകമ്പടി കൂടെയയയ്ക്കാം
പേരുപുകഴ്ന്നൊരു മേനോക്യച്ച-
ന്മാരും നാലു പണിക്കന്മാരും
പോരുന്നാളുകൾ പലരും കൂടെ-
പ്പോരും നിന്തിരുവടിയുടെ കൂടെ;
കാരുണ്യാംബുധിയായ ഭവാനുപ-
കാരം ചെയ്യണമിന്നിതു മാത്രം."
പോരുന്നാളുകൾ പലരും കൂടെ-
പ്പോരും നിന്തിരുവടിയുടെ കൂടെ;
കാരുണ്യാംബുധിയായ ഭവാനുപ-
കാരം ചെയ്യണമിന്നിതുമാത്രം."
എന്നുള്ള വാക്കു കേട്ടു നന്നായ്ത്തെളിഞ്ഞു ശതാ-
നന്ദൻ മുനീന്ദ്രനാശു സ്യന്ദനമേറിക്കൊണ്ടു
കായക്ലേശം കൂടാതെ രായും പകലും വീട്ടിൽ
പായും വിരിച്ചുകൊണ്ടു വായും പിളർന്നുറങ്ങും
നായന്മാർ കുറുപ്പശ്ശൻ കാര്യസ്ഥന്മാരും വെക്ക-
മായുധം തപ്പിയെടുത്താശു കണ്ണും തിരുമ്മി-
ത്തിരിച്ചു തേരിന്റെ പിമ്പേ ചരിച്ചു കാണികൾ കണ്ടു
ചിരിച്ചു തോക്കും കുന്തവും ധരിച്ചുകൊണ്ടൊരു കൂട്ടം
കാടും മലയും കുന്നും തോടും പുഴകൾ മല
മൂടും കടന്നയോദ്ധ്യാപുരിയിലകത്തുപുക്കു.
ജനകമഹീപതിനഗരം തന്നിൽ
ജനിതമതാകിന വൃത്താന്തത്തെ

മുനിവരനാകിയ ഗൌതമനഖിലം
കനിവൊടു തത്ര പറഞ്ഞറിയിച്ചു;
തന്നുടെ തനയൻ വില്ലു കുലച്ചതു
വന്നു പറഞ്ഞ ഭടന്മാർക്കെല്ലാം
പൊന്നും പണവും പട്ടും വളയും
മന്നവനനവധി സമ്മാനിച്ചു
വീര്യമുള്ള യജമാനന്മാർക്കും
വീരചങ്ങല കൊടുത്തു നരേന്ദ്രൻ
കാര്യമിങ്ങനെ ശ്രവിച്ചതു തന്നുടെ
ഭാര്യമാരൊടു പറഞ്ഞറിയിച്ചു;
മിത്രവംശമണി ദശരഥനരപതി
മിത്രബന്ധുജനമൊക്കെ വരുത്തി
തത്രനിന്നുഷസി യാത്രപുറപ്പെ-
ട്ടെത്രയും കുതുകമോടു നടന്നു;
ആനപ്പടയും കുതിരപ്പടയും
സേനാപതികളമാത്യന്മാരും
മാനത്തോളമുയർന്ന രഥങ്ങളു-
മാനകൾ ദുന്ദുഭിവാദ്യക്കാരും
നായന്മാരൊരുകോടിസഹസ്രം
കാര്യസ്ഥന്മാരെജമാന്മാരും
ആയുധപാണികളായിരമായിര
മായതിനോരോ യജമാന്മാരും
കൊട്ടും വെടിയും കൊമ്പും കുഴലും
തട്ടും മുട്ടും തിക്കു തിരക്കും
ചട്ടറ്റീടിന കുട തഴ ചാമര-

മൊട്ടല്ലനവധി യോഗം കൂടി;
"കേളച്ചാരേ! കൂവാ! നമ്മുടെ
വാളും പരിചയുമിങ്ങു തരാമോ?"
"ആയതുകൊള്ളാം നിന്നുടെ കയ്യിലൊ-
രായുധമില്ലേ രാമച്ചേട്ടാ!"
"എന്നുടെ കുന്തം പണയം വെച്ചു;"
"എന്തിനു താനതു പണയം വെച്ചു?"
"വെറ്റില പുകയില കൊൾവാനിങ്ങൊരു
വകയില്ലാഞ്ഞതു പണയം വെച്ചു;"
"അയ്യോ! താനുമകമ്പടി കൂടാൻ
കയ്യും വീശിപ്പോകേയുള്ളു
അമ്മാവനുമെന്നമ്മായിയുമായ്
ചുമ്മാ വീട്ടിലിരിക്കുന്നുണ്ട്"
അങ്ങേലുണ്ടൊരു പീലിക്കുന്തം
എങ്ങും നമ്മെക്കാട്ടുകയില്ല;"
ചുമടു ചുമപ്പാൻ പോരുമ്പോലെ
കുമരിച്ചേട്ടനുമങ്ങു നടന്നു
"നായന്മാരായ് വന്നു പിറന്നാ-
ലായുധമെല്ലാം കൈയ്ക്കലിരിയ്ക്കണ-
മായതു കൂടാതുള്ളൊരു നമ്മെ
നായിനുമില്ലൊരു ബഹുമാനമെടോ;
നാട്ടിലിരുന്നു പൊറുക്കണമെന്നാൽ
നരവരകല്പന കേട്ടേ തീരൂ
വീട്ടിലിരുന്നു കടം കൊണ്ടാലതു
വീട്ടിക്കൊൾവാൻ വകയും നാസ്തി:

ആട്ടക്കാരുടെ പെട്ടി ചുമപ്പാൻ
ചേട്ടക്കാർക്കൊരു നാണവുമില്ല
കൂട്ടക്കാരെജമാനന്മാരൊടു
കൂടി നടപ്പാനായുധവും കൊ-
ണ്ടെത്തി സ്വരൂപിക്കുന്നതു കണ്ടാൽ
ഇത്തിരിയുശിരു തരിമ്പില്ലോർത്താൽ
ചത്ത കണക്കേ വിലപിടിയാത്ത സ-
മർത്ഥന്മാരിവരെന്തിനുകൊള്ളാം;"
"ഇപ്പോഴെന്തൊരു സംഗതി ചേട്ടാ!
ഇപ്പുരുഷാരത്തെ സ്വരൂപിപ്പാൻ?
"ഭോഷന്മാരതു കേട്ടില്ലേ ബഹു"
ഘോഷിച്ചുള്ളൊരു വേളിമഹോത്സവം;"
"ഞാനതു കേട്ടില്ലാരുടെ വേളി?"
"താനല്ലാത്തവരൊക്കെക്കേട്ടു;
മക്കളിൽ മൂപ്പിലെ വേളിമഹോത്സവ-
മക്കരെയങ്ങു വിദേഹപുരത്തിൽ
ജാനകിയെന്നൊരു കന്യാമണിയുടെ
പാണിഗ്രഹണം ചെയ്‌വാൻ നമ്മുടെ
രാമസ്വാമിയുമനുജനുമങ്ങൊരു
മാമുനിവരനുമതായെഴുന്നള്ളി;
ഹരനുടെ വില്ലു കുലച്ചു മുറിച്ചതു
കേട്ടില്ലേ പടനായന്മാരേ?
വില്ലു കുലച്ചു മുറിച്ച മഹാരഥ-
നല്ലാതൊരുവനു വരുവോന്നല്ല
നല്ലാർ കുഴൽ മണി ജനകാത്മജയുടെ

കല്യാണോത്സവമാശു ലഭിപ്പാൻ;
അച്ഛൻ തമ്പുരാൻ തന്റെ കൊച്ചുകുമാരന്മാരിൽ-
വച്ചു മൂപ്പീന്നു വിൽ മുറിച്ചു സീതയും മാല-
വച്ചു വേളിയും വേസ്ഥാ വച്ചു തമ്പുരാൻ താനും ഗ്ര-
ഹിച്ചു നന്നായി സന്തോഷിച്ചു, എഴുന്നള്ളത്തുമു-
റച്ചു എല്ലാ ദിക്കിലുമറിവിച്ചു എല്ലാവരുമൊത്തു തി-
രിച്ചു എന്നുള്ളതാശു ധരിച്ചുകൊണ്ടാലും നിങ്ങൾ
പള്ളിക്കെട്ടറിയിക്കണമെന്നാ-
പള്ളിശ്രാമ്പി കൊടുത്തു നൃപാലൻ
ഉള്ളിൽ തള്ളിന കൌതുകമോടും
ചൊല്ലിയയച്ചിതു ദൂതന്മാരെ
സന്തോഷം പൂണ്ടുചെന്നക്കല്യാണകന്യകയെ
ആന്തോളം തന്നിലേറ്റിക്കൊണ്ടിങ്ങു പോന്നീടേണം
ചന്തത്തിലകമ്പടിക്കാരരായുധക്കാരും
ചന്തമോടൊരുമിച്ചു മുമ്പിട്ടു പോയീടേണം.
ദന്തിപ്പട കുതിരപ്പടയെന്നിവ
പന്തി നിരന്നു നടന്നീടേണം;"
ഇങ്ങനെ തങ്ങളിലോരോ വാക്കുക-
ളങ്ങുര ചെയ്തഥ നായന്മാരും
ഭംഗിയിലധികമയോദ്ധ്യാപുരിയിൽ
തിങ്ങിന പടയൊടു വന്നു നിറഞ്ഞു;
ദശരഥനരപതി രഥവരമേറി
ദശദിക്കുകളിൽ നിറഞ്ഞുകവിഞ്ഞൊരു-
പുരുഷാരങ്ങളുമംഗനമാരും
പരിവാരങ്ങളുമന്തണവരരും

ഭരതൻ ശത്രുഘ്നനുമനുഗമനം
പരിചൊടു ചെയ്യാനായി മുതിർന്നു;
കോസലപതിയുടെ പത്നികളാകിയ
കൌസല്യാ കൈകേയി സുമിത്രയു-
മാശു നിരന്തരമാന്തോളങ്ങളി-
ലധിരോഹിച്ചു ഗമിച്ചു തുടങ്ങി;
അനവധി വിപ്രസമൂഹത്തോടും
കനിവേറീടിന ഗൌതമമുനിയും
മനുകുലവരനുടെ മുമ്പിൽ നടന്നു
വേളിയ്ക്കാർത്തു വിളിച്ചു വരുമ്പോൾ
പടലി പടിപ്പുര കയ്യാലകളും
മതിലുകൾ കുത്തിയിടിച്ചു തകർത്തും
അതിനൊരു ദൂഷണമില്ല തരിമ്പും
തെങ്ങു കവുങ്ങും മാവും പ്ലാവും
എങ്ങും മടി കൂടാതെ നശിപ്പി-
ച്ചങ്ങു കടന്നു പുരത്തിൽ നിറഞ്ഞിതു
തിങ്ങിന ബഹു പുരുഷാരമസംഖ്യം;
ജനകമഹീപതിയെതിരേല്പാനഥ
കനകത്തളികകൾ വെള്ളിത്തളികകൾ
മണിദീപങ്ങളുമവിലരി പൂക്കുല
മണമിയലും കുസുമങ്ങളുമിങ്ങനെ
മംഗല്യങ്ങളെടുത്തും കൊണ്ടുട-
നംഗനമാരെ നിയോഗിച്ചവരുടെ
കുരവകളെത്ര മനോഹരമതിനൊരു
കുറവു വരാതെ നിരപ്പു തുടങ്ങി;

നിറമൊടു രണ്ടു പുറത്തും പെരുകിന
നിറപറ വെച്ചഥ കനകപ്പൊടികൾ-
നിറച്ചു ചൊരിഞ്ഞു; വിളക്കുകൾ തൂക്കി;
തറകളിൽ മീതേ പട്ടു വിതാനി-
ച്ചറകളിലുരുതരമതിരമണീയം
അരി നൂറുകൾ കൊണ്ടങ്ങണിയിച്ചു;
അങ്കണസീമനി കുലവാഴകളും
കുംകുമകളഭം കസ്തൂരികളും-
കൊണ്ടു തളിച്ചു മനോഹരമാകിന
പങ്കജമാലകൾ മാലതി പിച്ചക
കുറുമൊഴി മല്ലിക കേതക ചെമ്പക
നറുമലരല്ലികൾ നെല്ലിൻ കതിരും
എല്ലാമനവധി സമ്പാദിച്ചു
വല്ലാതുള്ളൊരു വേളിമഹോത്സവം
സീരദ്ധ്വജനരപാലനുമങ്ങു
കുശദ്ധ്വജനൃപനും കൂടെച്ചെന്നു
ദശരഥനൃപനൊടു കുശലപ്രശ്നവു-
മുരചെയ്തഴകൊടു മണിപീഠത്തിലിരുത്തി വണങ്ങി
പ്രണയിനിമാരാം കൌസല്യാദികൾ
രാജസ്ത്രീകളെയെല്ലാം തന്നുടെ
രാജസ്ത്രീഭവനങ്ങളിലാക്കി
സ്നാനാശനമുടനെല്ലാപ്പരിഷയു-
മാനന്ദേന കഴിപ്പിച്ചുടനേ
നായന്മാരുടെ സദ്യ കഴിപ്പാൻ
കാര്യസ്ഥന്മാരധികാരികളും

കാര്യസ്ഥന്മാരങ്ങു ശ്രമിച്ചു;
പന്തൽ നിറഞ്ഞു കൊട്ടിൽ നിറഞ്ഞു
നെടു,മ്പുര കെട്ടിയതൊക്കെ നിറഞ്ഞു
പന്തി നിരക്കെയിരുന്നൊരു ശേഷം
ഒരു പന്തിക്കില വച്ചു തുടങ്ങി
കുറിയരി വെളുവെളെയുള്ളൊരു ചോറും
കറി നാലും പപ്പടവും പഴവും
ഇഞ്ചിപ്പച്ചടി നാരങ്ങാക്കറി
ചെഞ്ചീരക്കറി ചേനക്കറിയും
കന്നുംതൈരും കാച്ചിയ മോരും
ഒന്നും കുറ കൂടാതെ വിളമ്പി
'മതി മതിയോ' യെന്നാർത്തു വിളിച്ചഥ
ഘോഷിച്ചുടനേ സദ്യ കഴിച്ചു;
അത്താഴത്തിനു നായന്മാർക്കു പു-
റത്തൊരു കൊട്ടിലിലില വയ്ക്കേണം
മറ്റൊരു കൂട്ടം കറികൂടാതെ
കൊറ്റിനു മോടി വരുത്തിക്കൂടാ;
കാട്ടിലുമുണ്ടതു കടലിലുമുണ്ടു
കായലിലുണ്ടു കുളത്തിലുമുണ്ടു
കറിവെപ്പാനുണ്ടൊരു വകസാധന-
മറിയപ്പോകാതവനുമിതറിയാ;
കൂട്ടും നൽക്കറി കൂട്ടാഞ്ഞാലൊരു
കൂട്ടക്കാർക്കു കണക്കിനു കൂടാ;
കുക്കുടമെന്നൊരു സാധനമുണ്ടതു
ദുർഘടമില്ല വരുത്തിക്കൂട്ടാൻ;

പന്നിത്തടിയനെ വെട്ടിക്കൊന്നി-
ട്ടതുകൊണ്ടൊരു കറി വെപ്പാനുണ്ട്
ഇത്തിരി വിഷമം നായാട്ടിനു സ-
മർത്ഥന്മാർക്കേയതു സാധിപ്പൂ;
നായാട്ടിന്നൊരു പത്തു സഹസ്രം
നായന്മാരെ നിയോഗിച്ചു നൃപൻ
ആയവർ ചെന്നിഹ പന്നികൾ മാനുക-
ളാവക വളരെ വരുത്തീടേണം
കറിവെപ്പാനായ് നായന്മാരില-
ടുക്കളവെപ്പാൻ തടവില്ലാത്തവർ
അക്കരെയുള്ളവരിക്കരെയുള്ളവ-
രൊക്കെയടുക്കള പുക്കു പതുക്കെ
ചട്ടുകവും പല കലവും കുടവും
കുട്ടകവും തവ ചട്ടുകമീവിധ-
മെല്ലാം പരിചൊടു വട്ടം കൂട്ടി;
കറിയും ചോറും വച്ചു വിളമ്പി
ഭക്ഷണമാശു കഴിപ്പിച്ചവരും
പട്ടും മുണ്ടും വാങ്ങിക്കൊണ്ടാർ;
ഇങ്ങനെയൊരുദിശി കോലാഹലമിഹ
എങ്ങിനെ ഞാനതു വർണ്ണിക്കേണ്ടു;
ഗണിതക്കാരൊരു ദിക്കിൽ ഗണിതം
പരിചിൽ' ഗണേശഗണായ നമസ്തേ!"
എന്നു ഗണിച്ചു വേളിമുഹൂർത്തം
അമ്പൊടു കല്പിച്ചാശു വസിച്ചു;
സീരദ്ധ്വജനുമപ്പോൾ മകളെക്കൊടുപ്പാൻ വേണ്ടും

സകല സംഭാരങ്ങളെ സമ്പാദിച്ചങ്ങുടനെ
ജനകന്റെ പുരോഹിതൻ ശതാനന്ദമാമുനിയും
മനുനാഥപുരോഹിതവര്യൻ വസിഷ്ഠൻ താനും
വൈവാഹക്രിയയെല്ലാം വാദം കൂടാതെ ചെയ്തു;
വൈദേഹൻ പുത്രി സീതേ വിരവോടു ദാനം ചെയ്തു;
എണക്കോടിപ്പുടവയും ഉടുത്തു കോപ്പുകളിട്ടു
മണപ്പാടൻ മുണ്ടുകൊണ്ടു പുതച്ചു ശരീരം മൂടി
ശരവും കണ്ണാടിയും താൻ കരത്തിലെടുത്തും കൊണ്ടു
വരവു തുടങ്ങി വേളി മണിപ്പന്തൽ പുക്കു പിന്നെ-
ശ്രീരാമനുമഥ ദശരഥനൃപനെ
പരിചൊടു വീണുവണങ്ങി പദാന്തേ
വിശ്വാമിത്രമുനീന്ദ്രനെയും ബഹു
വിശ്വാസേന നമസ്കൃതി ചെയ്തു
കുലഗുരുവായ വസിഷ്ഠമഹാമുനി-
തിലകനെ നലമൊടു നമനം ചെയ്തു
ഗൌതമകാശ്യപനാരദമുനിവര-
വര്യന്മാരെ വണങ്ങിത്തന്നുടെ
മാതൃജനത്തെയുമൃഷിപത്നികളെയു-
മാദരവോടു നമിച്ചെഴുന്നേറ്റു
ദാനമുഹൂർത്താദികളും ചെയ്തു
ആനന്ദേന വിവാഹോചിതമാം
നാനാകർമ്മവിശേഷമശേഷം
ഊനം കൂടാതമ്പൊടു ചെയ്തു;
നാളീകാക്ഷി വിദേഹാത്മജയുടെ
വേളി കഴിച്ചു രഘൂത്തമവീരൻ

മേളിതമാം വിധി ഹോമാദികളും
മേളമിയന്നു കഴിഞ്ഞ ദശായാം
വിപ്രന്മാർക്കു പ്രതിഗ്രഹമവിടെ
ക്ഷിപ്രം ചെയ്തൂ ദശരഥനൃവരൻ;
ഇരുകൈകൊണ്ടും വാരിക്കോരി
തെരുതെരെയങ്ങു കൊടുത്തു തുടങ്ങി;
കുറിമുണ്ടു വിരിച്ചായതിലാക്കി
കുറകൂടാതതു കെട്ടിപ്പേറി
പിറകേ പിറകേ പുനരപി പുനരപി
തിക്കിയിടഞ്ഞു തടഞ്ഞു കുടഞ്ഞു
തിരക്കിത്തിക്കിനടന്നു ഗമിച്ചു
ധരണി സുരോത്തമരെന്നേ വേണ്ടൂ
ധാർമ്മികനാകിയ ജനകൻ പിന്നെ
ഊർമ്മിളയെന്നൊരു മകളുണ്ടവളെ
തൽക്ഷണമേവ മഹീപതി ജനകൻ
ലക്ഷ്മണനെക്കൊണ്ടഥ വേൾപ്പിച്ചു;
ഇളമയതായ കുശദ്ധ്വജനൃപതി-
ക്കിരുവർ കുമാരികളുണ്ടതിലഗ്രജ
മാണ്ഡവിയെന്നുള്ളവളെബ്ഭരതനു
മന്നവവീരൻ ദാനം ചെയ്തു.
അവളുടെയനുജത്തി ശ്രുതകീർത്തി
അവളെശ്ശത്രുഘ്നനുമഥ നൽകി;
നാലു കുമാരികമാരെയുമങ്ങിനെ
നാലു കുമാരന്മാരവർ വേട്ടു;
നാലു വിവാഹോത്സവമതികുതുകം

നാല്വരുമങ്ങു കഴിച്ചു തദാനീം;
മിഥിലാപുരമതിൽ നിന്നു മഹീപതി
ദശരഥകൌസല്യാദിയുമുടനെ
ഋഷിവരനായ വസിഷ്ഠൻ താനും
ദേവിയരുന്ധതി ജാനകിയോടും
തേരതിലേറീ യാത്ര തുടങ്ങീ.

സീതാസ്വയംവരം ഓട്ടൻതുള്ളൽ സമാപ്തം

★★★

Milton Keynes UK
Ingram Content Group UK Ltd.
UKHW021947280324
440175UK00015B/969

9 798881 213282